மருட்சிகள் மறையட்டும்

சக்தி பாஸ்கரன்

ஏலே பதிப்பகம்

மருட்சிகள் மறையட்டும்
ஆசிரியர் © **சக்தி பாஸ்கரன்**

முதற்பதிப்பு 2021
பக்கங்கள் 46

ISBN 978-93-5533-046-8

புத்தகம் வெளியிடு
ஏலே பதிப்பகம்
aelaypublish@gmail.com
phone – 9944992571

Aelay Publish
www.aelaypublish.com

ஆசிரியர் குறிப்பு :

நான் சக்தி பாஸ்கரன்.

தற்போது இரண்டாம் வருட உளவியல் மாணவி. பிரதிலிபி என்னும் தளத்தில் பண்ணிரண்டாம் வகுப்பு படிகையிலேயே சிறிய சிறிய கவிதைகளை ஆர்வமிகுதியில் கிறுக்கிகொண்டு இருந்தேன். கதைகள் படிபதில் இருந்த அதீத ஆர்வத்தால் அதை எழுதவும் துவங்கினேன். இதுவரை மூன்று சிறுகதைகளும், ஒரு கவிதை தொகுப்பும் எழுதியுள்ளேன். இது எனது இரண்டாவது அச்சு புத்தகம். நிறைகுறைகளை நிச்சயம் தெரிவிக்கலாம். ஆக்கடூர்வமான விமர்சகனங்கள் வரவேற்கப்படுகின்றன.

விமர்சனங்களுக்கு sakthi2102001@gmail.com என்ற முகவரியில் தொடர்புகொள்ளலாம்.

நன்றிகள்,
சக்தி பாஸ்கரன்

முகவுரை :

அன்றாடம் ஆயிரம் கடவுளை தொழுது வணங்குகிறோம். ஆயிரம் பிராத்தனைகள், ஆயிரமாயிரம் பரிகாரங்கள் என பக்தியில் திளைக்கிறோம் பலர். இப்படியான நம் வாழ்வியல் சூழலில், எது உண்மை, எது கட்டுக்கதைகள், எதை நாம் ஏற்று வழிமொழிந்து வாழ்கிறோம் என்றெல்லாம் யோசிப்பதற்கும் ஆராய்வதற்கும் நேரம் இல்லாமல் ஓடிகொண்டிருக்கிறோம் என்பதே உண்மை. ஆராய்வது கூட அவசியம் இல்லை. ஏன், எதற்கு என்ற கேள்விகள் கூட கேட்கப்படுவது இல்லை. கேட்கவும் தோன்றவில்லை. அப்படியான ஒரு வகையில் தான் நாம் படித்து ரசித்து வந்த புராண கதைகளுள் ஒன்று ராமாயணம். ஆக இதில் ராமாயணம் கூறிடாத சில கதைகளும், வரலாற்றில் புரட்டாபடாத பக்கங்களும், பார்க்காத திசையுமான ராவணன் மற்றும் அவன் மகன் மேகநாதனை வைத்து, முக்கிய பாத்திரமாக கொண்டு அமைக்கபெற்ற சிறுகதை, இக்கதை. அங்கும் இங்குமாக சிதறிக்கிடக்கும் பற்பல தகவல்களை ஒருசேர உங்களுக்கு கொடுக்கவும், தெரியபடுத்தவும் இக்கதை உதவியாக இருக்கலாம்.

மருட்சிகள் மறையட்டும்!
LET THE ILLUSIONS FADE

மருட்சிகள் மறையட்டும்... !

Disclaimer:

பொறுப்புத் துறப்பு :

இதில் வரும் பேச்சு வழக்கோ, அதனுடன் வரும் கட்சிகளோ ஏற்புடையவையாய் இல்லையென்றால் மன்னிக்கவும்.. இது வரலாற்றுப் புனைவில் எனது சிறிய முயற்சி.
இதில் வரும் கருத்துக்களோ, அல்ல இதில் சொல்லப்படும் கதையோ தங்களுக்கு முரணாக இருப்பின் மன்னிக்கவும்.
இதில் எழுதப்பட்டவை ஏதேனும் எந்தத் தனி நபரையோ, மதத்தையோ, கருத்தையோ ஒத்ததாக இருப்பின்.. அது முழுக்க முழுக்கத் தற்செயல்..

பகுதி - சீ.மு
(சீதைக்கு முன்)

(சுமார் 7000 வருடங்கள் பின்னோக்கி உடன் பயணிக்க வாசகர்களைக் கேட்டுக்கொள்கிறோம்.)

"எத்தனை நாட்கள் நான் தங்களுக்காகக் காத்திருக்க வேண்டும்! நானும் தங்களிடம் பொறுத்து பொறுத்துப் போகிறேன்... தாங்கள் என்னிடம் முகம் கொடுத்து பேசுவதும் இல்லை.. என்னை எண்ணி பார்ப்பதும் இல்லை.. நாளை நான் என் அக்காவை காண செல்கிறேன்.. அவள் கருவுற்றிருக்கிறாளாம்.. செய்தி வந்தது.. பாவம் அவளுக்கு அங்குக் கவனிப்பார் இல்லை.. நான் சென்றால் அவளுக்கு ஆதரவாக இருக்கும்.. எனக்கும் தனிமையைத் துளைத்தது போல் நிம்மதியாக இருக்கும்.. நீங்கள் உங்கள் நண்பரையே கட்டி கொண்டு அழுங்கள்.. என்ன.. நான் கூறியது விளங்கியதோ? " என்று உள்ளே வந்த இளந்திரையனிடம் வாயாடி கொண்டிருந்தாள் அவன் காதல் மனைவி ஆதிரையாள்.

இளந்திரையன், முழுப்பெயர் ஈகை செல்வன் இளந்திரையன்.. பெயருக்கு ஏற்றார் போல் ஈகைத்தன்மை மிகுதி.

மாநிறம், நல்ல ஆறடி உயரம், தேக்கு மர தேகம், தோள்பட்டைகளோடு உரசி விளையாடும் நீண்டு வளர்ந்த கேசம்.. அவன் மார்பில் வீரத்தின் சின்னங்களாக வீர தழும்புகள் அலங்கரிக்க, காதுகளில் குண்டலங்கள், கைகளில் காப்பு, சகிதம் ஒரு மாவீரனாகவே காட்சியளித்தான்..

அவர்கள் வீடு சற்று பெரியது தான்... களிமண் கொண்டு கட்டப்பட்ட சுவர்கள்.. காய்ந்த புற்களைக் கொண்டு வேயப்பட்ட கூரை.. அங்கு இருக்கும் வீடுகளை ஒட்டி இல்லாமல் தனித்து நின்றது அந்த வீடு..

ஆதிரையாள்.. மெலிந்த உடல் வாகு.. கருத்து இடையைத் தாண்டிய கூந்தல்.. நெற்றி நிறையும் பெரிய குங்கும பொட்டு இட்டுக்கொண்டு.. காதில் சிறியதாய் ஒரு கம்மல்.. கைகளில் வளையல்கள்.. கழுத்தில் ஒரு சங்கலியோடு சேர்ந்து அவளது மன்னவன் அணிவித்த அந்த மங்கள கயிறும் இருந்தது.. ரவிக்கை இல்லா சீலை.. அது பாந்தமாய் உடலை சுற்றியிருக்க.. கால்களில் சிலம்பொடு அங்கும் இங்கும் நடையிட்டுக்கொண்டே பேசிக்கொண்டிருக்கிறாள்..

அங்கும் இங்கும் கீச்சு கீச்செண்று கத்திகொண்டே தேவையான உடைமைகளைப் பயணத்திற்கு மூட்டை கட்ட தொடங்கி இருந்தாள்..

"என் மாதுளையே... இப்பொழுதான் நானே வீடு திரும்பியுளேன்.. உன் மாமன் என்னைத் தனியே விட்டுவிட்டு நீ உன் தமக்கையைக் காண ஆயத்தமாகிறாய்.. ஹ்ம்ம்.. என் மீது உள்ள அன்பு உனக்குக் குறைந்துவிட்டதோ என்று எண்ணம் கொள்கிறேன்.. !!", என்றான் அந்த ஆறடி அழகன்

"இதற்கொன்றும் குறை இல்லை.. தாங்கள் என்னிடம் வார்த்தைகள் கொண்டே வசியம் செய்வீர்கள்.. இனி நான் ஏமாறுவதாய் இல்லை.. தங்களுக்கும் எனது மனக்குமுறல் விளங்க வேண்டுமல்லவா..! ஆகத் தாங்கள் ஒரு முறையேனும் நான் அன்றி இருந்து பாருங்களேன்.. அதுதான் நான் தங்களுக்குக் கொடுக்கும் தண்டனை..", என்று அவள்

தோள்பட்டையில் தாடையை இடித்துச் சிரித்துக்கொண்டே அவனிடம் செல்ல..

அந்த மாவீரனோ முகத்தில் வெறுமையோடும் கண்களில் ஏக்கத்தோடும்.. வார்த்தைகளை உதிர்காமல் நின்றான்..

"என் ஆசை மாமனுக்கு என்னவாயிற்று..? "

"கூறுவதற்கு ஒன்றும் இல்லை.. என் தேவியார், தங்களது தமக்கையைக் காண ஆவல் கொண்டுகிறீர்கள்.. இனி நான் கூறுவது எதுவும் உம் காதை எட்டப்போவதில்லை.. அது செவிடன் காதில் சங்கூதிய கதை ஆகிவிடும்.. நீ ஆக வேண்டியவற்றைச் செய்து முடி, நான் சற்றுக் கண்ணயர்கிறேன்... "என்று அவனது உடை வாளை எடுத்து பத்திரப்படுத்திவிட்டுத் தரையில் விரிக்கப்பட்ட கம்பளியில் படுத்துக் கண்மூடினான்..

"சிவ சிவா.. இவர் கடுகளவேனும் என் மீது அன்பு கொண்டிருந்தால், இவர் விட்டது சனி என்று நிம்மதியாக உறக்கம் கொள்வாரா?
என்னைச் சொல்ல வேண்டும்.. இவரைப் போய் விரும்பி வாக்கப்பட்டு விட்டேனே.. என்செய்வேன்? கல்லானாலும் கணவன் புல்லானாலும் புருஷன்.. !" என்று இரவு உணவை எடுத்து வைத்துவிட்டு அவளும் இளந்திரையன் அருகில் படுத்துக்கொள்ள..
கணவனை ஒரு பார்வை பார்த்து வைத்தாள்..

அவன் அசைந்துகொடுப்பதாய் கூடத் தெரியவில்லை, மெல்ல உருண்டு உருண்டு அவன் அகன்ற மார்பில் தஞ்சம் கொண்டவள்.. நாளைய தினம் அவனைப் பிரிய வேண்டுமே என்று எண்ணி வருந்துகிறாள்.

"ஆதி... என் தேவி ஏதோ பலத்த சிந்தனையில் இருப்பதாய்த் தோன்றுகிறது..
அது என்னவென்று நான் தெரிந்துகொள்ளலாமா? "

"தாங்கள் இன்னும் உறங்கவில்லையா?
துயில் கொண்டீர்களோ என்று எண்ணினேன் !"

"ஹ்ம்ம்.. உறங்கி இருப்பேன் தான்... ஆனால் திடீடென்று என் நெஞ்சம் கனத்தது போல் ஒரு உணர்வு.. அதுதான் முழிப்புத் தட்டியது.. அது போகட்டும்.. உமக்கு என்ன பலத்த சிந்தனை.. என் மீது உடல் சரிந்து இல்லாத மூலையில் எதோ ஒன்றை உருட்டிக்கொண்டிருப்பதாய் தோன்றுகிறது.."

"தங்களிடம் ஒன்றை வினவ மனமானது ஏங்குகிறது...
கேட்கலாமா? "

"அது சரி.. எதோ என்னிடம் அனுமதி வேண்டி நிற்கிறாய்.. புதியதாய் இருக்கிறதே ! ஹாஹாஹா.. கேளடி என் ரத்தினமே... "

"இப்படி என்னை மாதுளை, ரத்தினம் என்றெல்லாம் கூறி மாயம் செய்யாதீர்கள்.. நான் உங்களைப் பிரிந்து பசலை நோய் வந்து அவதிக்குளாகிறேன்.. தாங்களோ இத்தனை திங்கள் கழித்து என்னைக் காண வந்தும் அந்தத் தவிப்பு சிறிது கூட இல்லாமல் இப்படி உறங்கினால் என் மனமானது வேதனைக்குலாகாதா? தங்களுக்குத் தான் என் மேல் பிரியம் இல்லை போலும்.. நாளை நான் வேற்றூர் சொல்கிறேனே என்ற ஏக்கம் துளி கூட உங்களிடம் தென்படவில்லை.. தங்கள் வாழ்வில் எனக்கான இடம் தான் என்ன? "

"அடி என் ஆசை மனைவியே.. உனக்கு நான் என்னவென்று கூறுவது.. கூறினால் நீ ஏற்றுக்கொள்வாயா? "

"ஏற்றுக்கொள்ளும்படி கூறுங்களேன்... !"

"அது சரி.. கணக்கன் கணக்கறிவான். தன் கணக்கைத் தான்றியான்.. கேள்விப்பட்டதுண்டோ.. என் நிலை அதுவே.."

"எனக்கு விளங்குமாறு எதையும் கூறக்கூடாது என்று சபதம் எடுத்தீரோ? "

"நாட்கள் நகர நகர உனக்குக் குசும்பு கூடி விட்டது ஆதி !!"

"கேட்டதற்குப் பதில் !"

"அதாவது தீச்சுடரை ஏந்தி எரியும் ஒரு மெழுகு எவ்வாறு தன்னை உருக்கி மற்ற மெழுகுகளை உயிர்ப்பிக்கச் செய்யுமோ.. அது போல் தான் நானும்.. என் உழைப்பும்.. "

"தாங்கள் என்ன தான் கூற விழைகிறீர்கள்? என் பொறுமையைச் சோதிக்கும் எண்ணம் கொண்டீர்களோ? உவமை மிக அவசியமோ?"

" சரி சரி.. பொறுமையாகக் கேளடி.. நான் கூறவருவதை முழுமைக்கும் செவி மடுக்க மனம் இல்லாவிட்டால் ஏன் என்னைப் படுத்துகிறாய்.. ஹான்.. அதாவது இங்கே நான் தீச்சுடர் எனக் கூறியது என் கல்வி ஞானத்தையும், நான் பெற்ற வீரத்தையும் .. அதில் நான் முதன்மை மெழுகாய் இருந்து இந்த நாட்டுக்கும், என் மித்திரனுக்கும் , அதைக் கொண்டே சேவகம் செய்யும் லட்சியம் கொண்டேன்..
புரிந்ததோ? "

"அதைத் தான் நானும் கேட்கிறேன்.. தங்கள் கண்ணிலும் கருத்திலும் எதிலும் நான் இல்லையென உணர்கையில் தான் எமக்கு உள்ளமானது சத கூராய் கிழிவது போல் ஒரு வலி.. நான் தங்களுக்கு யார் திரையரே? "

"ஹ்ம்ம்.. உமக்கு இப்படி வீண் சந்தேகங்களும், தேவையற்ற சிந்தனைகளும் அவ்வப்போது வந்து போவது ஒன்றும் புதிதில்லையே ஆதி..
இந்தக் கேள்வியை நீ பல கோணங்களில் கேட்டு விட்டாய்..
இம்முறை இப்படி.. நல்லது..
ஒன்றை நினைவில் வைத்துக்கொள்.. என்னை முழுதாய் அறிந்தவள் நீ ஒருத்தியே.. உன்னை அன்றி என்னை நெருங்கியவர்கள் மிகச் சிலரே..
இப்படி இருக்க.. என் வாழ்வில் நீ யார் என்ற வினாவே கேளிக்கையாகத்தான் உள்ளது..
சரி போகட்டும்.. உன்னை மகிழ்விக்கக் கூறுகிறேன்.. என் உயிரானவள் நீதானடி ஆதி.. சிறுபிராயம் தொட்டு என்னை எனக்காக நேசித்தவள் நீ.. நான் கண்ட மங்கைகளுள் நீ மட்டும் என் கண்களுக்குத் தனித்துத் தென்படுவாய்.. உன் கோபம், உன் சீண்டல்கள், உன் திமிர், உன் பிடிவாதம், உன் காதல், உன் நேர்மை, உன் உண்மை, உன் வீரம் என உன்னை நேசிக்க எமக்குக் காரணங்கள் கோடி உள்ளதடி பெண்ணே.. !!! நீ யார் எமக்கு என்ற கேள்விக்கு இன்றளவும் பதில் சொல்லி மாளாது.. நாளை நீ புறப்படுவது ஏனோ என் நெஞ்சில் ஒரு வித ஏக்கம் தந்தாலும், அதை வெளிப்படுத்த எண்ணம் ஏனோ வரவில்லை என்பது தான் உண்மை..
நீ எண்ணுவது போலவெல்லாம் என்னால் காதல் மொழிகள் பேச இயலாது.. ஆனால் திகட்டாத காதலோடு ஒரு அழகிய வாழ்வை தருகிறேன்..

அத்தோடு சேர்ந்து இன்னொன்றையும் மனதில் நிறுத்திக்கொள்ளடி.. நீ எவ்வாறு எனக்கு முதன்மையோ.. அதற்குச் சற்றும் குறைவில்லாத ஒரு ஸ்தானத்தில் தான் என்

மித்திரன் மேகநாதன் என் இருதயத்தில் வீற்றிருக்கிறான்..
ஆகையால் என்றுமே எங்கள் நட்பை பற்றிய ஏளன
வார்த்தைகளை நான் சகித்துக் கொள்ள மாட்டேன்.. ஹாங்..
சரி முடிந்தது..
உன் வினாவிற்கு விடையளித்துவிட்டேன்!
அவ்வளவுதானே !"

மேகநாதன் - ராவணனின் மைந்தர்கள் எழுவருள்
முதலாமவன்.. இவன் பிறப்பின் பொழுதே அழுகை இடியின்
சப்தத்தை ஒத்து இருந்ததால்.. அவனுக்கு மேகநாதன்
என்னும் நாமகரணம் சூட்டப்பட்டது..
சிறுபிராயம் தொட்டே அனைத்து கலைகளையும்,
அனைத்து ஆயுதங்களையும், அனைத்து பாணங்களையும்,
அனைத்து போர்கலைகளையும் கையாள அறிந்த மஹா
மஹரித்தி என்றும்.
இவன் தேவர்களின் அரசனான இந்திரனை வென்றதால்
இவனுக்கு இந்திரஜித் என்னும் பெயர் பிரம்மரால்
சூட்டப்பட்டது என்றும் இங்குக் குறிப்பிடுகிறேன்..
பிரம்மனிடம் ஒரு அறிய வரத்தையும் பெற்றான்..
அது மட்டும் இன்றி அவன் சூனியம், தந்திர வித்தைகள்,
மாந்த்ரீக போர்க்கலை.. இவைகளில் ஈடுஇணையின்றி
விளங்கியதாய் கூறுவர்..

மற்றும் அவன் மூன்று கிடைக்கற்கரிய திவ்ய
அஸ்திரங்களை (பிரம்மாஸ்திரம், வைஷ்ணவஸ்த்திரம்,
பிரமாண்ட அஸ்திரம்) பெற்றவனாய் புராணங்கள்
குறிப்பிடுகிறது..

ஆதி, "திரையரே.. இன்னும் ஒன்று மட்டும் கேட்டு
விடுகிறேனே.. !!! அனுமதி தாருங்களேன் "

"இதற்குமேலும் வாய் வழி பேசுவது பயனற்றது.. உன்
கேள்விகளுக்குப் பதில் கூறியே காலை புலர்ந்துவிடும்
போல்...

எனவே தயை கூர்ந்து உம் திருவாய்க்கு பெரிய பூட்டு ஒன்றை போட்டுவிட்டு கணவனுடன் சற்று நேரம் சேர்ந்து கண்ணயர்வாயாக.. " என்று தனக்கு அருகில் படுத்திருந்தவளை இடையோடு வளைத்து மீண்டும் அவன்

சந்தனம் பூசிய அகன்ற நெஞ்சம் எனும் மஞ்சத்தில் புதைத்துக் கொள்ள..
இன்னும் நம் ஆதிரைக்குத்தான் கேள்விகள் மட்டுப்பட்ட பாடில்லை..

இளந்திரையனின் பதில் சமாதானம் செய்யும் அளவிற்கு இருப்பினும், அவள் மனமானது ஏனோ அதிலேயே உழன்றது..

இது திரையனுக்குப் புரிந்தாலும் இதைப் பெரிதாய் எடுத்து பேசவும் மனம் ஒப்பவில்லை..

அது ஆதிரையின் உறக்கமில்லா இரவுகளில் ஒன்றாகி போனது..

அடுத்தநாள் காலை வேளையிலேயே புறப்படத் தயாராய் நின்றிருந்த ஆதிரையைக் கண்டு சற்று மனம் வெதும்பினாலும்.. வீரனுக்கு வேதனையை வெளிப்படுத்திப் பழக்கம் இல்லையோ என்னவோ.. முகத்தில் உணர்ச்சிகள் வெளி வரவில்லை...

திரையன், " ஆதி, புறப்பட ஆயத்தமாய் இருக்கிறாய் போலும்.. சரி கவனமாகச் சென்று வா.. எப்படியும் நீ வீடு திரும்ப ஆறு ஏழு திங்கள் ஆகிவிடும் அல்லவா.. ஹ்ம்ம் உன் விருப்பப்படியே ஆகட்டும்.. உமது வெண்புரவி வெளியே இல்லை... அதைப் புல் மேய விடக் கந்தன் அதைக் கூட்டிக்கொண்டு சென்றிருந்தான்.. சற்று நாழிகைகளில் திரும்பிவிடுவான்... நிதானம் கொள்வாயாக... உடைமைகளை

ஒரு முறை சரி பார்த்து விடு.. வழியில் பசிக்கு ஏதேனும் கையில் உணவு எடுத்துக்கொள்.. நேற்று வரும் வழியில் உனக்குப் பிடித்த வகைக் கிழங்குகளை வாங்கி வந்தேனே.. எடுத்து கொண்டாயா..? "

ஆதி, " ஆஷ்.. எடுத்து வைத்தாயிற்று.. "

" செல்லும் வழியில், வழி பரி செய்யும் கொள்ளையர்கள் உலவுவதாகச் செய்தி அறிந்தேன்.. கவனம் தேவை ஆதி.. "

"ஹ்ம்ம்ம் "

"உன் தமக்கையை நலம் விசாரித்தேன் என்று கூறிவிடு.. என் சார்பாக அவருக்குப் பிறக்க போகும் பிள்ளைக்கு இந்த மரப்பாவையைப் பரிசளித்தேன் என்று கொடுத்துவிடு.. "

"ஹ்ம்ம்.. மரபாவை எங்கிருந்து வந்தது.. தங்களுக்கு இந்த வயதிலும் மரபாவையோடு விளையாடும் பழக்கம் உள்ளதோ? "

"என்னைக் காணுகையில் உமக்கு அவ்வாருதான் தோன்றுகிறதா..? "

"ஐயம் கொண்டேன்.. கூறுங்கள் திரையரே.. "

"ஹாஹாஹாஹா.. அப்படி எல்லாம் ஒன்றும் இல்லை.. நான் சமீபத்தில் இரத்தினபுரி சென்றிருந்தேன்.. வழியில் இந்த மரப்பவைகளை சிறு பாலகன் விற்றுக்கொண்டு இருந்தான்.. அதை வைத்து விளையாண்டு மகிழும் வயதில் அவனுக்கு இப்படி ஒரு நிலை வந்தைத எண்ணி மிகுந்த வருத்தம் கொண்டேன்... ஒரு மரபாவையையும் வாங்கி விட்டேன்.. அதுதான் இது.. இருந்தாலும் உம் சந்தேகங்களுக்கு ஒரு அளவில்லாமல் போய்விட்டது ஆதி.. "

"சரி, கந்தன் வந்து விட்டானா.. ? நான் புறப்படத்
தாமதமாகிறது.. ! "

"ஆஹ்.. இதோ வந்து விட்டான்.. உடன் உன் அருமை மாறனும்
வந்து விட்டான்.. "

(மாறன் - ஆதிரையாளின் வெண்புரவி (குதிரை)..)

கந்தன் - குறும்பு மின்னும் கண்களோடு ஓடி ஆடி
துறுதுறுவெனத் துடிப்போடும்.. கொப்பளிக்கும்
சிரிப்போடும் அங்கு உலவும் ஒரு அழகிய பதின் பருவ ஆண்
பிள்ளை.. எல்லோர் அன்பிற்கும் பாத்திரமானவன்..

இரத்தினபுரி - இலங்கையின் ஒரு பிரபலமான நகரம்..
"city of gems" என்றும் ஒரு பெயர் உண்டு.. அதன் நில சுரங்க
வேலைகள் பற்றியும் அங்குக் கிடைக்கும் விலை உயர்ந்த
இரத்தின கற்கள் பொருட்டும் அதற்கு இரத்தினபுரி என்று
பெயர் வைத்தார்கள்..
அதற்கு வரலாற்றில் ரத்தினங்களை வணிகம் செய்யும்
இடமாக இடம் பெரும் பெருமையும் உள்ளது என்பது
குறிப்பிட தக்கது..

மாறன் வந்ததும், ஆதிரையின் உடைமைகள் நிறைந்த
மூட்டைகளை மாறனின் மீது ஏற்றிவிட்டு..
இங்கே ஆதியின் புறம் திரும்பினான் திரையன்..

"ஆதி, கவனம் அவசியம்.. முடிந்தால் எனக்கு அவசியம்
சென்றதும் ஒரு செய்தி அனுப்பு.. என்னிடம் வாயாடுவது
போல் அங்குச் சென்று உரையாடுவதைத் தவிர்த்துக்
கொள்ள வேண்டும்.. பிறகு......... "

"பிறகு... என்ன? "

" முடிந்தமட்டும் விரைவாகத் திரும்ப முயற்சிப்பாயாக.."என்று கூறியவன் திரும்பி கொள்ள.. அங்குக் கந்தன் வந்து நின்றான்..

கந்தன், " அண்ணா, அண்ணியார் முகம் காணுங்களேன்.. அவர் முகம் வாடி உள்ளது,.. புறப்படும் நேரம் நல்ல தைரியம் கூறி அனுப்புங்களேன்.. தனியாக அவரை அனுப்புவதும் எனக்குச் சரியாகப் படவில்லை.. வேண்டுமானால் நான் உடன் சொல்லட்டுமா? "

திரையன், "அது சரி.. நீ உடன் செல்ல போகிறாயா.. முதலில் பூனைகளைக் கண்டு அஞ்சுவதை நிறுத்து கந்தா.. ஹாஹாஹாஹா.. நீ இன்னும் எங்களுக்குச் சின்னப் பாலகன் தான் கந்தா.. அதுவும் அன்றி உன்னையும் .அனுப்பிவிட்டு நான் யாது செய்வேன்.. !"

"நான் பாலகனா.. இதுதான் தாங்கள் என் மீது கொண்டுள்ள அன்பின் வெளிப்பாடா.. மிக்க நன்றி.. ஆளை விடுங்கள்.. " என்று இரு கைகளைக் கூப்பிப் பொய் கோபத்தோடு நிற்க...

ஆதி, "இருக்கட்டும் கந்தா.. அதற்க்கு அவசியம் இல்லை.. எமக்கு எந்த ஆபத்தும் நேர்ந்து விடாது.. நான் ஈகை செல்வன் இளந்திரையனின் மனையாள்.. அவரது வீரம் கடுகளவு இருந்தாலும் ஆபத்து எதிராளிக்கு தான்.. நான் அவரின் சரி பாதி, கொஞ்சமேனும் அவர் வீரம் இருக்காதா என்ன? .. என்னோடு எம் குருவாள் உள்ளது.. அச்சம் கொள்ளத் தேவையில்லை கந்தா.. நீ புறப்படு.. உன் அன்னை உமக்காகக் காத்திருப்பார்..."

"ஆகட்டும் அண்ணியாரே, நான் சென்று வருகிறேன்.. தாங்கள் சென்று வாருங்கள்,.. அண்ணா.. நான் வருகிறேன்.. தங்களைக் காண இன்று அரண்மனையிலிருந்து ஆள் வர

போவதாகக் கேள்வியுற்றேன்.. ஒரு வேளை தாங்கள்
அரண்மனை சென்றால் என்னை அழைத்துக்
கொள்ளுங்கள்.. ஆகவேண்டிய வேலை ஒன்று உள்ளது...
மறந்துவிடாதீர்கள்.. வருகிறேன்.. " என்று கூறி
விடைபெற்றுக் கொண்டான்..

அனைவரும் புன்னகையைப் பரிமாறிக்கொண்டு நகர..
புரவியில் ஏற போகும் வேளையில், திரையனின் குரல்
கேட்க, குரல் வந்த திசை பார்த்தாள்..

அங்குத் திரையன் இரத்தின கல் பொதிந்த ஒரு மோதிரம்
கையில் ஏந்தி வர.. ஆதியின் கண்கள் விரிந்தது..

"இது.. இது.. இது எப்படி... " என்று அவள் வாய் தந்தியடிக்க..

"ஆதி.. நான் தான் கூறினேனே.. இரத்தினபுரி சென்றதாக..
இந்த வகை மோதிரங்கள் அரண்மனையைச் சேர்ந்தவர்கள்
தான் அணிந்து கொள்வர்.. இது மந்திர கட்டின் வளம்
பொருந்தியது.. இது மேகநாதன் பரிந்துரை செய்து நான்
வாங்கியது.. போகும் வழியில் இது உமக்கு
பாதுகாபளிக்கும் என்ற ஒரு நம்பிக்கை..
அத்தோடு, நீ இவ்வாறு முகம் வாடுவதைக் காண என்னால்
பொருக்க இயலவில்லையடி..
என்னதான் நீ ஒரு வீர மங்கை என நான் இருந்தாலும்.. நீ
தனித்துப் போய் வருவது குறித்து ஊரு பழி பேசும்..
இருந்தும் நான் அதை எல்லாம் கருத்தில் கொள்ளாமல்
உன்னை மட்டும் எண்ணி அனுப்பிவைகிறேன்..
பத்திரம் ஆதி.. நான் எப்பொழுதும் உடன் இருப்பதாக
எண்ணி பயணம் செய்வாயாக.. "என்று
புன்னகைத்துக்கொண்டே அவள் வெண்டைக்காய் விரலில்
மோதிரம் அணிவித்தான்.

ஏனோ அவள் கண்கள் பனித்து போக.. அது மேகநாதன் பரிந்துரைத்தது என்றது சற்று உள்ளே ஒரு வித ஏமாற்றம் தந்தாலும்.. உணர்ச்சி பெருக்கெடுத்து காற்றும் நுழைந்து விடா வண்ணம் திரையனை ஆரத்தழுவினாள்.. அவன் மென்மையாக அவள் தலையை வருடி கொடுக்க..

ஆதி, "தாங்கள் இவ்வாரெல்லாம் பேசினால், தங்களைப் பிரிவது எனக்கு அவதி ஆகிப்போகும் என்று தெரிந்தே சதி செய்கிறீர்கள் அல்லவா.. !! காதல் மொழி பேச தெரியாது என்று.. தாங்கள் பேசும் ஒவ்வொரு வார்த்தையிலும் என்னை வசியம் செய்யும் வித்தையை எங்குக் கற்றீர்களோ.. சரி சரி.. இப்படியே இருந்தால்.. அவ்வளவுதான்.. மாய வார்த்தைகள் பேசி என்னை நகர விட மாட்டீர்கள்.. நான் புறப்படுகிறேன்.."

"சரி, நான் கூறியவற்றை நினைவில் கொள் !" என்று அவள் தோள் பற்றிக் கண்கள் மூடி அவள் நெற்றியில் இதழ் பதித்து மீண்டான்..

பிரிந்திருக்கப்போகும் ஆறு ஏழு மாத இடைவெளிக்கு சேர்ந்து அவனை நெஞ்சில் நிறைத்துக் கொண்டு பயணமானாள் ஆதிரையால்..

அடுத்த ஆறு மாதங்களில் நிகழவிருப்பவை அநேகம்.. !

ஆதிரை சென்ற ஒரிரு நாழிகை கழிந்து அரண்மனையில் புறப்பட்டு வரும் புரவியின் காலடி சத்தம் கேட்க... வெளியே எட்டி பார்த்தான் திரையன்..
காவலர்கள் அவர்கள் புரவியில் இருந்து இறங்கி வந்தனர்..

காவலர், "ஈகை செல்வர் இளந்திரையன் அவர்களுக்கு வணக்கங்கள்... தங்களுக்கான புரவியையும் உடன் அழைத்து வந்தோம்.. இளவரசர் மேகநாதன் அவர்கள்

இலங்காபுரியை விடுத்துப் பிரயாணம்
மேற்கொள்ளவிருப்பதாகத் தங்களுக்குத் தகவல்
கூறியுள்ளார்.. செல்லும் முன்பாகத் தங்களைக் காண
எண்ணம் கொண்டார்.. அரண்மனைக்குச் செல்லும் முன்பு
உங்களைக் கேலனி ஆற்றுக்கு அழைத்தார்.. "

திரையன், "ஆகட்டும், நான் பார்த்துக்கொள்கிறேன்..
நன்றிகள்.."

"எனில் நாங்கள் உத்தரவு பெற்றுக்கொள்கிறோம்.." என்று
காவலர்கள் நகர..
அந்தப் புரவியில் கேலனி நோக்கி பயணமானான்..

கேலனி - ராவணனின் அரண்மனை கட்டப்பட்ட நதிக்கரை...
சுமார் 82 அடி உள்ள நதி..
இன்றளவும் பேச படுவது இது..
ராவணனின் அரண்மனை குறித்துத் தற்போதைய
தொல்பொருள் ஆய்வாளர்கள் அகழாய்வில் கண்டுள்ளனர்
என்பது இங்குக் குறிப்பிட தக்கது..

கேலனி நதிக்கரை சென்ற திரையன் அங்கிருந்த நதி நீரில்
அந்த ரம்மியச்சூழலை ரசித்தவாறே மேகநாதனை எதிர்
நோக்கி காத்திருக்க..
இது அவர்கள் இருவருக்கும் மிகவும் மனதிற்கினிய இடமாக
வெகு காலமாக இருந்தது..
அவனுக்குப் பின்னே இடி முழங்கும் சத்தத்தோடு புரவிகள்
கால் குழம்பு சத்தம் கேட்டுத் திரும்பினான்..

புறவியிலிருந்து ஒரு ஆஜானுபாகுவான உடல் கொண்டு
கல்லில் செதுக்கினார் போன்ற உடற்கட்டோடு, இறுகிய
தாடை, சற்று நீண்ட கழுத்து, வலுவேறிய புஜங்கள், கருத்து
அடர்ந்த கேசம், காதுகளில் தங்க குண்டலங்கள்,

கழுத்தில் ருத்திராட்சம் அணிந்து அதனோடு உரசி
கொண்டு தொங்கிய மாணிக்கங்கள், முத்துக்கள்,
ரத்தினங்கள் நூறு.. உடை வாள், என்னேரமும் அவன்
கைகளை அலங்கரிக்கும் அந்த ஈட்டி சகிதம் அவன் நடந்து
வர.. அவன் நடைபயிலும் சத்தமே தட் தட் என்று
பேரிரைச்சலாக இருந்தது..
அவன் முகத்தின் பிம்பம் அங்கு ஓடும் தெளிந்த கேலனி நதி
நீரில் பட்டு பிரகாசிக்க.. அந்தப் பிம்பத்தைக் கூடக்
கலைக்க மனம் இல்லாத திரையன் நதியை விடுத்து சற்று
தள்ளி நின்றான்..

அவன் செயலின் அர்த்தம் புரிந்த மேகநாதன்.. ஒரு ஏகாந்த
சிரிப்பை கொடுத்தான்..
" ஹாஹாஹா.. உண்மையிலே உன் நட்பை கண்டு என்
மனமானது உன்னிடம் அடிபணிந்து தான் நிற்கிறது
திரையா..!"

" என்னிடம் அடிபணிந்து நிற்பதெல்லாம் இருக்கட்டும்..
உன் அத்தை உமையம்மை அவர்களின் நிலை தான் என்ன
ராவணி ? "

திரையன் மேகநாதனை ராவணி என்று அழைப்பது
வழமை..
மேகநாதனிற்கு வேறு பெயர்களும் உண்டு..
அவை இந்திரஜித், சக்ரஜித், ராவணி, வசவஜித், வரிடநாதா,
மற்றும் கணநாதா என்றும் சூர்ப்பனகையின் இயற்பெயர்
உமையம்மை என்றும் சில குறிப்புகளில் எழுதப்பட்டு
உள்ளது.. அது போலவே ராவணனுக்குச் சிவதாசன் மற்றும்
தசமுகன் என்னும் பெயரும் உண்டு.. (இதில் சிவதாசன்
என்பது இயற்பெயர் ஆகக் கருதப்படுகிறது)
ராவணனின் உடன் பிறப்புகளாகிய கும்பகர்ணன்,
விபீஷணன் ஆகியோருக்கு ஹரமன் மற்றும் பசுபதி
என்னும் பெயரும் உண்டு..

" அவர்களைப் பற்றிப் புதியதாய் என்ன கூறுவது திரையா..
உமக்கே தெரியும்.. அவர் காதல் செய்து மனம்முடுத்தது ஒரு
கயவனை என்று.. அதை முன்பே அறிந்திருந்தும்
தங்கையின் மீது கொண்ட பாசத்தினால், அவர்களது
விருப்பத்தை மாற்ற இயலாததாலும் இந்தத் திருமணத்தை
என் தந்தை நடத்தி வைத்தார்.. என்னதான் பாம்பை பால்
ஊட்டி வளர்த்தாலும் அது விஷத்தைத்தானே கக்கும்..
தந்தை அவரைக் கொன்றுவிட்டார்.. அத்தையார்
உண்மையை அறியாமல் வெளியேறி விட்டார்.. செல்லும்
வேளையில் கருவுற்று இருந்ததாய் ஒரு கேள்வி.. !!!
என்னதான் நடக்கிறதோ.. ஒன்றும் விளங்கவில்லை
திரையா.. ஆனால் எதோ ஒரு அசம்பாவிதம் நடப்போவதாய்
என் உள்ளுணர்வுகள் என்னைத் தட்டி எழுப்புகிறதே.. என்
செய்வேன்.. ? "

"ராவணி.. உம் மனதை சலனமற்றதாய் வைத்துக்
கொள்ளவேண்டியது அவசியம்.. நீ குழப்பத்தில் இருப்பது
நாட்டையே குழப்பத்தில் தள்ளுவதற்குச் சமானம்.. ஒன்றை
நினைவில் வைத்துக்கொள்..
என்ன நேர்ந்தாலும் உமக்கு யான் துணை நிற்பது
திண்ணம்.. "

"அதை நீ தனியே கூறி விளக்கம் தர அவசியம்
யாதொன்றும் இல்லை.. திரையா..
சரி.. நான் லங்காபுரியை விடுத்து சிறு தினங்கள்
பிரயாணம் மேற்கொள்ள எண்ணுகிறேன்.. ஆகவே உனை
காண மனம் இச்சை கொண்டது.. உன்னுடனான இந்த
உரையாடலும் எனக்கு அவசியமானது.. "

"ஆகட்டும் ராவணி.. அது போகட்டும்.. சுலோச்சனையைச்
சந்தித்தாயா? "

சுலோசனையின் திருநாமம் ராவணியின் செவிகளைத்
தீண்ட.. அதரங்களானது அனிச்சையாய் மலர்ந்தது..

கல்லுக்குள் ஈரம் போல்.. இந்த மதயானைக்குள்ளும் காதலா?? !!!

ராவணி," கண்டேன்.. அவள் நினைவு தீண்டாத நொடிகள் இல்லை திரையா.. விரைவில் அவளை மணம்முடிக்க எண்ணம் கொண்டேன்.. இதற்கு உன் உபாயமும் எனக்கு அவசியம்.. நிச்சயம் என் மித்திரன் உன் முன் அல்லாது நான் திருமணம் செய்து கொள்ளப் போவதில்லை.. "

திரையன், " ஹ்ம்ம்.. ஒரு முடிவோடு தான் இருக்கிறாய் போலும்.. உன் எண்ணம் போலவே ஆகட்டும்.. அதற்கு சுலோசனையின் தந்தை சேஷநாகரிடம் அனுமதி பெற்றாயா.. உன் தந்தை தசமுகர் சம்மதித்தாரா..? "

"என் தந்தை என் ஆசைக்கு நிச்சயம் மறுப்புத் தெரிவிக்கப் போவதில்லை.. சேஷநாகரிடம் அனுமதி பெற எனக்கு யாதொரு அவசியமும் ஏற்படவில்லை.. !" என்று மேகநாதனின் முகம் இறுக..

"நீ கூறுவது சரியா ராவணி? பெற்றோரின் அனுமதி பெறாது வாழ்வை தொடங்குவதில் நல்வாழ்வு நிலைக்குமா என்று ஐயம் கொள்கிறேன்.. "

"நீ கூற விளைவது யாது திரையா?.. என் உடன் இருப்பாயா அல்ல விட்டு செல்வாயா..? உன் முடிவை கூறிவிடு நான் இப்பொழுதே இவ்விடத்தைத் துறந்து சென்றுவிடுகிறேன்.. !" அந்த வார்த்தைகளில் கொப்பளித்த கடுமையைக் கண்டு சுதாரித்த திரையன்... அந்நிலையை இலகுவாக்க..

"சரி ராவணி.. நீ சுலோசனை மீது கொண்ட தகை எனக்கு விளங்குகிறது..! அக்கன்னிகை உம் தலையளிக்கு உடன்படுபவராயின் உம் இச்சை போல் நடக்கட்டும்.. "

(தகை - அக்கறை, அன்பு, காதல்.. இவைவயைக் குறிப்பிடும் சொல்..
தலையளி - உத்தம அன்பு எனப் பொருள்படும்..)

"சரி, ஆதிரையால் சுகமா? வெகு தினங்களுக்குப் பிறகு சந்தித்திருப்பாயே?"

"அவளுக்கு என்ன நேர்ந்துவிடும்... அமோகமாக இருக்கிறாள்.. அவள் தமக்கையைக் காண பரதேசம் சென்று உள்ளாள்.. என்னைத் தவிக்கவிட்டு சென்று விட்டாள் அந்தக் கிராதகி.. "என்று சலிப்புடன் கூறிய மறுமொழிகளைக் கேட்டு மேகநாதன் சிரித்தே விட்டான்..

"என் தங்கை உனக்கு நல்ல பாடம் தான் கற்பித்து உள்ளாள்.. ஹாஹாஹாஹா.. அவளைத் தவிக்க விட்டு நீ ஊர் சுற்றுவது உமக்கு நியாயமென்றால்.. அவள் சென்றதில் பிழை இருப்பதாக எனக்கொன்றும் புலப்படவில்லை.. உமக்கு இது தக்க தண்டனை தான்.. !!" என்று அவன் அடக்க மாட்டாமல் சிரித்துக்கொண்டிருக்க..

"கேலி பேசியது போதும்.. ஆகப் பொறுத்துவிட்டேன்.. இனி ஆற பொறுக்கமாட்டேனா.. "என்று எதையோ நினைத்தவனாய் கூற.. அவனே தொடர்ந்தான், " நாம் ஆக வேண்டிய பணிகளை முடிக்க வேண்டும் ராவணி.. வீண் பேச்சு போதும்.. புறப்படுவோமா?" என்று பேச்சை மாற்றினான் திரையன்..

"ஈகை செல்வரே.. தாங்கள் தங்கள் மனையாளை எண்ணி ஏங்குவது உம் முகத்தில் எழுதி ஒட்டினாற்போல் புலப்படுகிறது.. இருக்கட்டும்..
என் தங்கை விரைந்து வீடு திரும்புவாள்.. மனம் நோகாதே வீரனே !"

இங்கு இவர்கள் பேசிக் கொண்டிருக்கும் பொழுது அங்கு
ஏதோ ஒரு சலசலப்பு ஏற்பட..
கண்ணிமைக்கும் நொடியில் இருவரும் கண்களைக்
கூர்மையாக்கி நின்றனர்..

தூரத்திலிருந்து நடைபயின்று வந்து கொண்டிருப்பது வேறு
யாரும் இல்லை நம் கந்தன் தான்..

அவனைப் பார்த்த மாத்திரத்திலேயே அவர்கள் சற்று
நிதானம் அடைந்தனர்..

கந்தன், "அண்ணா உங்களிடம் யாது கூறி நான் வந்தேன்..
தாங்கள் செய்தது என்ன பாருங்கள்.. நான் உங்களிடம்
கோபம் கொண்டேன் போங்கள்.. !" என்று முகத்தைச்
சுருக்கி கூற..

மேகநாதன் அவன் கழுத்தை சுற்றி அவன் கைகளை
வளைத்துப் பிடித்துக்கொண்டு.. "என் மித்திரனிடம் என்னடா
வாயாடுகிறாய்.. துளைத்து விடுவேன்.. கவனம் கொள்..
ஹாஹாஹா.. " என்று கேளிக்கையாக மிரட்ட..

"அட போங்கள் அண்ணா நீங்களும் என்னைத் தள்ளி
வைத்து பேசுகிறீர்கள்.. நான் உண்மையில் மனம்
வருந்துகிறேன்.. " என்று முகத்தைத் திருப்பிக் கொண்டான்
அந்த இளையவன்..

திரையன், " நீ உம் அண்ணியோடு சேர்ந்து கெட்டு விட்டாய்..
அதிகம் விகடம் செய்கிறாய்.. உன்னைப் பிறகு
கவனிக்கிறேன்.. ஹ்ம்ம் "

(விகடம் - கேலி)

மேகநாதன், " விடு திரையா.. நம்மோடு சிநேகம்
கொண்டவன்.. நம்மிடம் உரிமை கொள்ளாமல் எங்குச்

செல்வான்.. நம்மவன் தானே.. " என்று கூற அரண்மனை காவலர்கள் சிலர் அங்கே வந்தனர்..

காவலர், "இளவரசே உங்களை மாதா மண்டோதரி அழைத்துள்ளார்.. தாங்கள் விரைந்து வர வேண்டும் என்று கட்டளை இட்டுள்ளார்.. "
மேகநாதன், "ஆகட்டும்.. நான் வருகிறேன்.. !" என்றவன், கந்தனிடமும் திரையனிடமும் திரும்பி, எம்மோடு இணைந்தே அரண்மனைக்கு வருகை தாருங்கள் இருவரும்.. ஹ்ம்ம் புறப்படலாம்.. "

அரண்மனை சென்றதும் அந்த அரண்மனையின் அழகு ஆரவாரமாக இருந்ததைக் கண்கள் நிறைத்துக் கொண்டது..

முன்பு கூறியது போல் ராவணனின் அரண்மனையானது மூன்று மலை உச்சிகளுக்கு (திரிகுடா மலை உச்சிகள்) நடுவே பரவி கிடந்த பீட பூமியில் அமைக்கப்பட்டது..

மேகநாதன் உள்ளே சென்றிருக்க.. இங்கு இருவரும் அரண்மனை சாளரங்களில் நின்றபடி வெளியே வஞ்சனையின்றிக் கொட்டி கிடந்த வனப்பை ரசித்தனர்..

இருவரிடமும் திரும்பிய மேகநாதன்..

"உங்களால் ஒரு உபயம் ஆக வேண்டும்.. மறுக்காமல் செய்வீர்களா...? "

திரையன், " ராவணி.. இது என்ன கேள்வி? கட்டளையிடு.. சிரமேற் கொண்டு செய்து முடி என்று.. "

"இல்லை திரையா.. இது கட்டளை அல்ல.. என் கடமை.. அதற்கு வந்த சோதனை.. என் புத்திர தர்மத்தை காக்க வேண்டும்.. ! தாங்கள் உடன் இருக்கத் தேவை இல்லை.. ஆனால் நீங்கள் ஒரு வாக்களிக்க வேண்டும்.. "

கந்தன், "தாங்கள் இப்படி மன்றாடுவது மனதிற்கு வேதனை அளிக்கிறது... கூறுங்களேன்.. !"
மேகநாதன் ஒரு அன்பு நிறைந்த புன்னகையைத் தவளவிட..
அந்தப் புன்னகை இரு நொடிகள் கூட நீடிக்காமல்.. சட்டென முகம் இறுகியது..

வரும் காலங்களில் இலங்கை சந்திக்க அநேகம் உள்ளது !!!

"ஹாஹாஹா.. இமைகளின் பிழை கண்களுக்குப் புலப்படுமோ?..?.. ?
சிவ சிவா.. "

.

.

.

ராவணனை பற்றிய அறிய குறிப்புக்கள் :

கைகேயி மற்றும் விஸ்ரவா (வஜ்ஜிரவாகு) ஆகியோருக்குப் பிறந்தவர்கள் தான் ராவணன், கும்பகர்ணன், விபீஷணன், சூர்ப்பனகை மற்றும் கும்பினி..

(கும்பினி அநேக இடங்களில் குறிப்பிட்டிருக்க மாட்டார்கள்)

விஸ்ரவா அவர்கள் தேவவர்ணினீ என்பவரை கூடி பெற்றவர் தான் குபேரர்...

அதீத சிவ பக்தரான சிவதாசன் என்னும் ராவணன், சிவனிடம் வரத்தினைப் பெற்ற பிறகு குபேரன் ஆண்ட லங்கையைக் கைப்பற்றியதாய்க் கூறப்படுகிறது..

ராவணனிற்குப் பத்து தலை என்று கேள்வி பட்டதுண்டா?

ஆம் ராவணனுக்குப் பத்து தலை.. ஆனால் தாங்கள் கற்பனை செய்ததைப் போலவெல்லாம் உருவத்தில் பத்து தலைகளையும் இருவது கைகளையும் சுமந்து நிற்பவர் அல்ல.. அவருக்குப் பத்துத் தலைகள் எனக் குறிப்பட்டது அவர் கற்று சிறந்த ஆறு சாஸ்த்திரங்களையும் நான்கு வேதங்களையும் தான்..

ராவணனின் ஆட்சி காலம் இன்றளவும் அம்மக்களின் பொற்காலம் எனவே கூறப்படுகிறது...
ராவணன் கிரகக் கணிப்பு மற்றும் ஞானத்தில் சிறந்து விளங்கியவர்.. மற்றும் வீணை மீட்டுவதில் வல்லவர்..

ராவணனிற்கு மண்டோதரியுடன் சேர்ந்து மொத்தம் மூன்று மனைவிகள்.. அவர்கள் வழி ஏழு பிள்ளைகள்..

முதல் மனைவி மண்டோதரி.. இரண்டாமவர் தயமாலினி.. மூன்றாமவர் பெயர் மட்டும் எந்த ஏட்டிலும் காண கிடைக்கவில்லை..

மேகநாதன் பிறப்பிற்கு முன்பு.. அவன் மாபெரும் வீரனாக, அனைத்திலும் சிறந்தவனாக விளங்க ஆசை கொண்டு, அவன் பிறக்கும் நேரம் கிரக அமைப்புகள் இவ்வாறுதான் இருக்க வேண்டும் என்று கிரகங்களிடம் கட்டளையிட்டு.. ஒரே கோட்டில் அமையுமாறு செய்தார்..
ராவணனுக்கு அஞ்சிய கிரகங்களும் அவ்வாறு நின்று மேகநாதனின் ஜாதக நிலைகளை மாற்றி அமைந்தது..

மேகநாதன் சுலோசனை என்னும் கன்னிகையைக் காதல் திருமணம் செய்து கொண்டார்.. அவர் நாகங்களின் அரசன் சேஷ நாகரின் புத்திரி..

ஒரு நாள் சிவபெருமான் நீராடி முடித்து அவரது புலித்தோலையும் இதர அணிகலன்களையும் அணிய பார்வதி தேவி உதவ.. அப்பொழுது அவர் அணிந்து

கொள்ளும் நாகத்தைப் பார்வதி தேவி சற்று இறுக்கமாகக்
கட்டியதாகவும்.. அதில் வலி தாளாமல் இரு சொட்டு
கண்ணீரை அந்த நாகம் வடித்ததாகவும்.. அந்தக்
கண்ணீரிலிருந்து உருப்பெற்ற இரு பெண்கள் தான்
சுனைனா மற்றும் சுலோசனை..

இரு பெண்களிற்காகப் பார்வதி தேவியாரும் நாகமும்
போட்டி போட.. சிவ பெருமான், "இப்பெண்களின்
பிறப்பிற்குக் காரணமாக இருவருமே சம பங்கு வகிப்பதால்..
ஆளுக்கொரு பெண்ணை வளர்த்துக்கொள்ளுங்கள்.." என்று
கூற.. சுனைனா பார்வதி தேவியின் பொறுப்பில் வர..
சுலோசனை செகாநாகரின் பெண்ணாக வளர்ந்தால்.. அதில்
சுனைனா என்பவள் பின்பு நர்மதை தாயின்
வேண்டுதலுக்கு இணங்க.. நர்மதையே அவளை வளர்த்து
ஜனகன் என்னும் அரசனுக்கு மணமுடித்துக் கொடுத்ததாகக்
கூறப்படுகிறது..
சுலோசனையைப் பிரமீளா என்றும் சில குறிப்பேடுகளில்
கூறப்படுகிறது..
சுலோசனையை மேகநாதன் சேஷநாகரின் அனுமதியின்றி
மணந்துகொண்ட காரணத்தால்..
"உன் அழிவு எம் கைகளால் தான்", என்று
சேஷநாகரின் சாபத்திற்கு ஆளாகினான்..

அவன் காதலே காலத்தின் கட்டாயத்தால் அழிவை தேடி
தரும் என்று அறிந்திருக்க மாட்டான் அந்த வீரன்..
.
.
.

இமைகளின் பிழை கண்களுக்கு புலப்படுமோ? ... என்ற
கூற்று இங்கு மெய்யாக கன்டேன்..

பகுதி - சீ.பி
(சீதைக்கு பின்)

"உங்களால் ஒரு உபயம் ஆக வேண்டும்.. மறுக்காமல் செய்வீர்களா...? "

திரையன், " ராவணி.. இது என்ன கேள்வி? கட்டளையிடு.. சிரமேற் கொண்டு செய்து முடி என்று.. "

"இல்லை திரையா.. இது கட்டளை அல்ல.. என் கடமை.. அதற்கு வந்த சோதனை.. என் புத்திர தர்மத்தை காக்க வேண்டும்.. ! தாங்கள் உடன் இருக்கத் தேவை இல்லை.. ஆனால் நீங்கள் ஒரு வாக்களிக்க வேண்டும்.. "

கந்தன், "தாங்கள் இப்படி மன்றாடுவது மனதிற்கு வேதனை அளிக்கிறது... கூறுங்களேன்.. !"

மேகநாதன், "திரையா.. நீயும் கந்தனும் சிங்ககிரி வழியாக தம்புள்ளை செல்ல வேண்டும்.. "

"அப்படியே ஆகட்டும் ராவணி... கந்தா, நீ உம் அன்னையிடம் முதலில் செய்தியை கூறிவிட்டு புறப்பட சித்தமாக இரு.. நான் ராவணியிடம் சில விடயங்களை அளவளாவ வேண்டும்.. "

"ஆகட்டும் அண்ணா, தாங்கள் விரைந்து வந்துசேருங்கள்.. இளவரசரே, சென்று வருகிறேன் .." என்று ஒரு குறுநகையோடு சலனமற்ற முகபாவத்தோடு நகர்ந்தான்..

சிங்ககிரி - இந்நகரம் இந்நாளில் மிகப்பெரிய சுற்றுலாத்தலமாக
கருதப்படுவது... அங்குள்ள புகழ்வாய்ந்த சிங்கள பாறை அங்கு சிறப்பு.
அங்கு புத்தர் கோவில்கள் இந்நாளில் அதிகம் காணப்படுகிறது..
ஆய்வாளர்களின் கூற்றுப்படி அந்த சிங்கள பாறைகள் சுமார் 3000 முதல் 4000 ஆண்டுகள் பழமை வாய்ந்தவை... அதனாலேயே அவை 7000 ஆண்டுகள் பின்னோக்கி இருக்கும் ராமாயண காலகட்டத்தில் இருந்திருக்க வாய்ப்பில்லை என புலப்படுகிறது.. அந்த சிங்ககிரிக்கு சற்று தொலைவில் தான் தம்புள்ளை எனும் அடர்ந்த... வனப்புடன் மிகுந்த வனப்பகுதி உள்ளது.. அதன் அழகில் சொக்கிபோகாதோர் இருக்க மாட்டார்கள்.. அது இரும்பு மரம் எனும் ஒருவகை மரங்களால் நிறைந்த வனம்... அழகு கொட்டிக்கிடக்கும் சொர்க வாயில் என்று கூட கூறலாம்!

.

.

.

மேகநாதன், "திரையா.. ஆக பெற யாசிக்கும் வேலை யாதென அறியாமலேயே இதை நீ ஒப்புக்கொண்டாயே !"

"அதற்கு யாதொரு அவசியமும் இல்லை என மனம் கூறுகிறது.. !"

ஒரு பெருமூச்சை இழுத்து விட்டவனாய் திரையனை பார்த்தவன் விழிகளில் ஒரு வித தயக்கம்..

திரையன், "தாம் எம்மிடம் இப்படி தயங்கி நிற்பதன் காரணம் யாதோ? "

"திரையா.. நீ சாதி மதம் பேசுவதை சகிக்க
பொறுக்காதவன் என்பதை நான் அறிவேன்... இருந்தும்
உம்மை நான் இதில் நுழைக்க ஒரே காரணம்.. நீ என்
நம்பிக்கைக்கு பாத்திரமானவன்.. என் தாய் தந்தையை
எதிர்க்கவும் என்னால் இயலாது.. சிங்ககிரிக்கு செல்லவும்
இயலாது.. அதுபோலவே இதை வேறு ஒருவனை நம்பி
ஒப்படைக்க மனம் ஒப்பவில்லையடா..
விடயம் யாதெனில், சிங்ககிரியில் அயலூரிலிருந்து சில
புத்த பிக்ஷூக்கள் பௌத்த மதம் பேச வந்துள்ளனர்..
அவர்களை யாதொரு தீங்கும் இன்றி இங்கு அழைத்துவர
வேண்டியது உம் பணி.. அவர்களை சில நாத்தீகர்கள்
கூட்டம் தம்புள்ளையில் சுற்றி வளைக்க எண்ணம்
கொண்டதாய் செய்தி வந்தது.. அவர்களை பத்திரமாய்
இலங்காபுரி வந்து சேர்ப்பதுவே நீ செய்ய போகும்
உபாயம்.. ! அது போக ஆதியையும் விரைந்து அழைத்து வர
வேண்டி அன்னையார் ஆணை இட்டார் "

"இதை செய்து முடிப்பதில் எமக்கு ஆட்சேபனை ஒன்றும்
இல்லை.. இருப்பினும் உமக்கு ஏற்பட்ட தயக்கத்தின்
காரணம் யாதென ஜயம் கொண்டேன்..
அது மட்டும் இன்றி ஆதியை அழைத்து வர கூறுவதும், தாம்
அங்கு செல்ல இயலாததும் ஏன்? "

"நான் கொண்ட தயக்கத்தின் காரணம், அவர்கள் புத்த
பிக்ஷூக்கள்... அவர்கள் மதம் பரப்ப, போவோர்
வருவோர்.. பார்ப்போர் என அனைவரிடமும் அவர்கள்
கருத்தை வலுவாக நிலைக்க செய்வார்கள்.. அவர்கள்
அறிவுரைகளை அறிந்து கொள்ள நான் ஆவல்
கொண்டாலும் தந்தை தீவிர சிவ பக்தர் என்பதை நீ
அறிவாய் தானே... இதை பற்றிய செய்தி அவரின்
செவிகளை தீண்டினால் அது அவரது கொடுங்கோபத்தை
தூண்டும்..
எனக்கு கூறப்பட்ட பணி அவர்களை சிறைபிடிக்க.. நான்
கூறியது சற்று வேறுபட்டுள்ளது திரையா.. இதை தந்தை

அறிந்தால் உம்மை அவர் தண்டிக்கும் வாய்ப்புகள் மிகை... அதையே மூளையானது சிந்தித்து நோகிறது.. இனி யாவும் உன் சித்தம்.. என்செய்வது திரையா கூறு?"

"இளவரசர் அவர்கள் இன்னும் பதிலை முழுமைக்கும் முடிக்கவில்லை.. !!"

"அது......"

"ம்ம்ம்? "

"சுலோசனையை வேறொரு அரசனுக்கு திருமணம் செய்துவைக்க ஏற்பாடுகள் நடக்கிறது.. நான் அங்கு சென்று அங்கு நடக்கவிருக்கும் மடமையை தடுத்தாகவேண்டும் நண்பா.. ! ஆதிரை இங்கு வந்தால் என் அன்னைக்கு உதவி செய்யக்கூறி வேண்டுவேன்.. சுலோச்சனை எம்மோடு இங்கு வருகை தந்தால் அவளுக்கு ஆதிரையின் துணையும் அவசியமாகும் என்று எண்ணம் கொண்டேன்.. "

"இதையல்லவா நீ முதலில் கூறியிருக்க வேண்டும்... என்னிடம் பொய்யுரைக்க எண்ணம் கொள்ள துவங்கிவிட்டாய்.. மனம் குளிர்ந்தது ராவணி.. திருமணம் இனிதே நடைபெற என் மனமார்ந்த வாழ்த்துக்கள்.. நலமோடு வாழ்வாயடா... "என்று விடை பெற்று செல்ல எத்தனிக்க..

அவன் கரங்களை பற்றியவன், "திரையா, என்னை அறிவாய் நீ.. ஆதலாலேயே உமக்கு விளக்கங்கள் தர விளையயவில்லை.. இதை நீ............'என்று கூறிக்கொண்டிருக்கும் பொழுதே அதை இடை மரித்த திரையன்..

"காரணங்களும், விளக்கங்களும் நம்முள் நுழையும் தருவாயில் கூறுகிறேன்.. நீ யாது செய்தாலும் எமக்கதில்

சம்மதம்.. இது என்னை ஈன்றெடுத்த பெண்மீதும், என் பிள்ளையை ஈன்றெடுக்கப்போகும் பெண்ணவள் மீதும், என் நட்பின் மீதும் ஆணை ராவணி.. "

"உமக்கு ஈகை செல்வன் என நாமமிட்டதில் பிழையேதும் இல்லை மூர்க்கனே... என்மீது இவ்வளவு பற்று உமக்காகாது.. !"என்று அவன் கூறிய வார்த்தைகளின் இன்ப களிப்பில் கூற..

"சரி.. நான் புறப்படுகிறேன் நண்பா... ", என்று அவனை இறுதி முறையாக அணைத்துவிட்டு விடைபெற்றான்..

ஆம் இறுதி முறை...

அவன் சிங்ககிரி சென்ற சில தினங்களிலேயே மேகநாதனுக்கும் சுலோசனைக்கும் திருமணம் நிகழ்ந்து முடிய... அது அவன் அழிவின் ஆரம்பமாக அமைந்தது...

சேஷ நாகர் புனர்ஜென்மத்தில் லக்ஷ்மணனாக வருவாரோ என்னவோ... !

திரையன் புத்த பிக்ஷுக்களை பத்திரமாக அழைத்துவந்தாயிற்று... தம்புலாவின் அழகை ரசித்தும் ஆயிற்று.. வழியில் விரைந்து பாதி தேசம் கடந்த மனைவியையும் விளக்கங்கள் கொடுத்து திருப்பி ஆயிற்று..

பாவம் அவளுக்கு தான் மறுப்பும் கூற இயலாது, உடன் வரவும் இயலாது திணறல்..
ஒரு புறம் அவன் அழைப்பை துறக்கும் மனம் இல்லை..
மறுபுறம்.. அவன் கூறும் காரணங்கள் சலிப்பை தர.. மற்றொரு புறம் தமக்கையை எண்ணி பேடி..

(பேடி - பயம்)

அதையெல்லாம் சமன் செய்து மனம் இறங்கி அவளும்
உடன் பயணித்தாள்..

.

.

.

.

சில வருடங்கள் உருண்டோட..

அரண்மனையே இடிந்து விழும் அளவிற்கு சினங்கொண்ட
ராவணன் தன் மைந்தர்களுள் மூத்தவனான மேகநாதனிடம்
சில பல கட்டளைகளை பிறப்பிக்கிறான்...

மேகநாதன் "அப்படியே ஆகட்டும் தந்தையே.. தங்கள்
கட்டளை.. என் சித்தம்.. "

வெளியே வந்த மேகநாதன் அவன் பார்வையை சுழல விட...
"ஆஞ்சநேயனை பிடிப்பதில் எமக்கு யாதொரு சிரமமும்
இல்லை.. ச்ச.. அவனை வதைக்கும் எண்ணம்
கொண்டேன்.. என் தம்பி பீர்பாஹூ உயிர் நீத்தது
அவனால்தானே.. உம்மை சாமான்யத்தில் கொன்று
விடமாட்டேனடா.. " என்று நடு ராஜ சபையில்
ஆஞ்சநேயனை கட்டி இருக்க.. அவரது வாளை சுற்றி
துணியை சுற்றினர்..

எவ்வாறு மஹாபாரதத்தில் திரௌபதி சீலையை பறிக்க
பறிக்க முடிவற்று சீலையானது வந்துகொண்டே
இருந்ததோ.. அது போலவே ஆஞ்சநேயரின் வால் நீண்டது...

மேகநாதன், "அந்த வானரத்தின் வாலில் அக்கினியை
கொட்டுங்கள்.. " என அவன் கர்ஜித்த சப்தம்
அவ்வரண்மனையின் சுவர்களில் பட்டு எதிரொலித்தது..

ஆத்திரமடைந்தவன் இறுதியில் வாலில் தீப்பற்றிவிட..

ஆஞ்சநேயர் அந்த வாலை வைத்து கொண்டே லங்கையில் தீயை பரப்பிவிட்டு தப்பினார்..

வெகு நாட்கள் ரத்தினபுரியியுள்ள ரத்தின கற்களை வணிகம் செய்யும் பொருட்டு திரையன் அயலகம் சென்று திரும்பினான்..
இந்த செய்திகளை அறிந்த திரையன் விரைந்து வர..

திரையன், "ராவணி.. என்ன நேர்ந்தது?
நாடே நிலைகுலைந்து நிந்திக்கப்பட்டது போல் காட்சியளிக்கிறதே.. இது என்ன கொடுமை.. என்ன நேர்ந்தது ராவணி? "

"அத்தை உமையம்மை அவர்கள் எங்களை பிரிந்து சென்றார்களே..

நினைவு கொள்ள முடிகிறதா? "
"அதன் பொருட்டு என்ன விபரீதம்?..
அவர்களது கணவர் சிற்றரசராயிற்றே..
அந்த சிற்றரசு எதிர்த்ததா?.. கூறு !"

"சிற்றரசர்கள் எம் சுண்டு விரலுக்கு சமன் ஆவர்களா..?
இது வேறு.. அத்தை அவர்கள் தண்டக வனப்பகுதியில் ராமன் என்னும் ஒரு அயோத்திய இளவரசனை கண்டுள்ளார்.. அவன் மேல் இச்சை கொண்டு.. அவனிடத்தில் அதை தெரிவிக்க.. அவன் கூறியதாவது..

ராமன், "என்னை மன்னித்தருளுங்கள் பிராட்டியாரே.. யாம் திருமணமான ஏக பத்தினி விரதன்... என்னால் தங்களை ஏறிட கூட இயலாது.. என் பத்தினி சீதைக்கு உத்தமனாய் வாழ்பவன்.. மன்னித்துவிடுங்கள்.. " என்று கூற..

அதில் சினம் கொண்ட அத்தையார் சற்று கடுமையாக
நடந்து கொண்டார்..

அப்பொழுது அங்கே வந்த ராமனின் தமையன் லக்சுமணன்
அத்தையின் தோற்றத்தை விகடம் செய்து
நகையாட.. அதில் இன்னும் ஆத்திரமடைந்தவர்..
அழகே உருவாய் அமர்ந்திருந்த சீதையை தாக்க
முற்பட்டுள்ளார்.. கூடண பொழுதில் லக்சுமணன்
அத்தையின் நாசியை அறுத்து குருதி சிந்த வைத்து
விட்டான்..

இதனை அடுத்து அறுபட்ட நாசியொடு லங்காபுரி விஜயம்
செய்து அவரகளது சகோதரரான என் தந்தை ராவணனிடம்
முறையிட.. அவருக்கு நெஞ்சமானது
பொறுக்குமா.. பொங்கி எழுந்துவிட்டது..

அதிலும் அத்தை சீதையின் அழகை வர்ணித்து சீதையை
கடத்தி வர திட்டம் வேறு தீட்டி கொடுக்க..
தந்தை மறுத்துவிட்டார்.. இருந்தும் பிடித்த பிடியாய்
நின்றதும்..
 கணவனை இழந்த சகோதரி, வாழ்க்கை பறிபோன
மடந்தை, நாசியையும் இழந்து பார்க்க விகோரமாக
காட்சியளித்த சகோதரியை எண்ணி மனம் கனிந்தது
அவர்க்கு..

சில சூழ்ச்சிகள் செய்து சீதையை கவர்ந்து வந்துவிட்டார்.. "

திரையா, "என்ன கூறுகிறாய் ராவணி.. இத்தனை
சம்பவங்கள் நிகழ்ந்தேறியும் நீ ஏதும் எதிர்க்கவில்லையா? "

"என்செய்வேன் நண்பா.. புத்திரதர்மம் என்னை
கட்டிப்போட்டது.. !"

"பிறகென்ன நேர்ந்தது ராவணி? '

"அதற்கடுத்து என்ன? சீதை பிராட்டியார் நம் அரண்மனை பிரவேசிக்க ஒப்பாமையால் அவர் அசோக வனத்தில் பத்திரமாகத்தான் இருக்கிறார்கள்.. ஆனால் இதனால் பெரிய அழிவு நேரும் என்பதை என் உள்ளம் கணிக்கிறது.. !"

.

.

.

போர் மூண்டது.. உயிர் வதை பெருகியது.. குருதிப்புனல் பெருகி ஓடியது.. கால் வைக்கும் இடமெல்லாம் பூமாதேவியின் நிறம் மங்கி செந்நீர் நிறம் பூசி கொண்டது..

அழிக்க இயலாத கும்பகர்ணனை வதைத்தனர்.. ராவணனின் இளைய சகோதரன் விபீஷணன் மண் ஆளும் ஆசை கொண்டு ராமன் புறம் ஒட்டிக்கொண்டான்.. துரோகி எனும் பெயரையும் இணைப்பாக பெற்றான்..

சித்தப்பா, சகோதரர்கள், தம் நாட்டு மக்கள், என மேகநாதனால் அவர்களின் இழப்புகளை சகிக்க இயலவில்லை..

போர் மூண்டு இரண்டு நாட்கள் முடிவடைந்தது...

தன்னறையில் மேகநாதன் நித்திரை என்னும் வார்த்தைக்கே அர்த்தம் மறந்து சுவற்றை வெறித்த கண்களோடு வீற்றிருக்க..

சுலோச்சனை, "தாங்கள் என்ன முடிவு செய்துளீர்கள்..? "

"அவர்களை உயிரோடு எரிக்க ஆவல் கொண்டேன் !"

"பிறகென்ன சிந்தனை...? "

"உண்மைதான் சுலோச்சனை... சிந்திக்க யாதொன்றும் இல்லை.. இருப்பினும் உன்னிடம் கேட்க எமக்கொரு கேள்வி உண்டு !"

"கேளுங்கள்.. !"

"நான் போர்க்களம் சென்றால் திரும்புவேன் என்ற நம்பிக்கை உன்னுள் இருக்கிறதா? "

"இந்த கேள்விக்கான விடையை தாம் அறிவீர்கள்.. தங்கள் மீது தகர்க்க முடியாத நம்பிக்கை கொண்டவள் நான்.. வேறேதும் வினா உள்ளதா? "

"ஒரு வேலை, நான் திரும்பாவிடில்...? "

"சாத்தியமா? "

"யாம் அறியேன்? "

"திரும்பாவிடில்.. அதை பிறகு பார்க்கலாம்.. "

"எனில் உன்னிடம் நான் ஒன்றை கூற வேண்டும்.. "

"ம்ம்ம்ம் "

"நீ என்றும் எனக்கொரு கடல் போல தான்.. நான் அதில் திரண்ட நீர் துளிகள்.. வெய்யோனின் தாக்கம் என்னை உன்னை விடுத்து பிரிய செய்தாலும்.. மேகம் சேர்ந்து மழையாகி, மலைகள் தழுவி, அருவியாகி ஆற்றோடும் நதியோடும் கலந்து உனை அன்றி எங்கு சென்று சேர்வேன்!?
எத்தகைய தீங்கு நேர்ந்தாலும் இறுதியில் உன்னையே வந்து சேர்வேன் சுலோச்சனா..

மருட்சிகள் மறையட்டும்

இது என் வாக்கு.. "என்று சுலோசனையின் பிறையெனும்
நெற்றியில் இதழ் பதிக்க.. அதில் பெண்ணவளுக்கு
புன்னகையோடு சேர்ந்து கடைக்கண்களில் ஈரமும்
கசிந்தது..

.

.

.

மூன்றாம் நாள்.. போர்க்களத்தில் இறங்குகிறான்
மஹாமஹரிதி மேகநாதன்..

முதல் நாளிலேயே சுக்ரீவனின் வானர படையை
பாதிக்கும் மேல் துடைத்தெறிந்தான்.. போர்க்களத்தில்
அடங்காத காட்டுயானையை போல் காட்சியளித்தான்..
அவன் கண்ட உறவுகளின் இழப்பை பழி தீர்க்க கடவுளாகிய
ராமனையும் லட்சுமணனையும் நேருக்கு நேர் யுத்தம்
செய்ய அறைகூவல் விடுத்தான்..

அவன் கொண்ட ஒற்றை நாகபாசம் எனும்
பாணத்தை வைத்தே ராமனையும் அவன் சகோதரனையும்
மண்ணில் மூர்ச்சை அடைய செய்து சாய்த்தான்..
ஆனால் இருவரையும் ஆஞ்சநேயன் மற்றும் கருடன் உயிர்
திரும்ப செய்தார்கள் என செய்தி அறிந்த மாத்திரத்திலேயே
சினம் கொண்டவன்.. அடுத்து வரும் நாள் சகோதரர்கள்
இருவரில் ஒருவரையாவது வதைக்க சூளுரைத்தான்..
ஆனால் விதி எனும் ஒன்று உள்ளே அதன் போக்கில் ஒரு
திட்டம் தீட்டுகிறதே.. !

நான்காம் நாள்..

அவன் கொண்ட மொத்த சினத்தையும் கொட்டி தீர்க்க
சகோதரர்கள் இருவரையும் நிலை குலைய வைத்தான்..
அவன் பெற்ற வைஷ்வி சூனிய ஞானங்கள், உத்திகள்
கொண்டு யுத்தம் புரிய.. லக்சுமணன் மீண்டும் மண்ணில்

சாய்ந்தான்.. அவன் உடம்பில் கொடுமை விடங்கள் பரவி இருக்க.. உயிர் துரக்கும் நிலை..

அச்சமையமும் ஆஞ்சநேயர் அதற்கான மாற்றுமருந்தை தேடி சஞ்சீவினி மூலிகை எனும் தாவரங்கள் நிறைந்த துரோணகிரி மலையை பிய்த்து சுமந்து வந்தார்...

(துரோணகிரி மலை - இன்றைய இமயத்தின் ஒரு பகுதி)

ஜெயம் எனும் ஒன்று நிச்சயம் கிடைக்க வேண்டும் என மேகநாதன்.. அன்று பிரம்மன் கொடுத்த வரத்தை நினைவு கூர்ந்தான்...

அவனது குல தெய்வத்தை வழிபட்டு ஒரு மாபெரும் யாகம் வளர்த்தால்..
ஒரு மாய ரதம் உமக்கு வந்து சேரும் அதில் வீற்றிருக்கும் பொழுது எவராலும் அவனுக்கு மரணம் அண்டாது என்றும்..
மேகநாதனை கொல்லும் வல்லமை ஒருவனுக்கு வர வேண்டுமெனில் அவன் தொடர்ச்சியாக 12 ஆண்டுகள் உறக்கம் இல்லாமல் இருக்க வேண்டும் என்றும் கூறி வரமளித்தார்..
அந்த வரத்தை செயல்படுத்த எண்ணியவன்... பகைவரால் யாதொரு தீங்கும் நேர்ந்துவிடாத பொருட்டு சீதையின் மாயையை கொன்றதாய் நம்பவைத்து.. அவர்களை திசை மாற்றினான்..

அவர்களது குல தெய்வமான ப்ரத்யங்கிரா எனும் அதர்வண பத்திரகாளி ஆலயம் சென்று யாகம் வளர்த்தான்..

சூழ்ச்சிகள் புலப்பட்டு, சூனியம் விளங்கி, இவர்கள் தந்திரங்கள் அறிந்த விபீஷணன் இதை தடுக்க எண்ணம் கொண்டு லட்சுமணனோடு அவ்விடம் சென்று யாகத்தை முறியடிக்க.. நிராயுத பாணியாய் இருந்த மேகநாதன்

செய்வதறியாது நின்று.. விபீஷணனையும் கண்டு அடக்க மாட்டாது சினம் கொண்டு முதலில் யாம அஸ்திரத்தை கொண்டு தாக்க.. லட்சுமணன் தடுத்து யுத்தம் செய்தான்..

இதையெல்லாம் எதிர்பாராத மேகநாதன்.. தன் நிலை உணர்ந்து, லட்சுமணன் மீது வைஷ்ணவாஸ்திரம் உபயோகிக்க.. அந்த அஸ்திரம் லக்சுமணனை காயபடித்தாது அவனை சுற்றி சென்று மறைந்தது..

நிலையை அறிந்த மேகநாதன் அவ்விடம் விட்டு கோட்டை செல்ல.. அங்கு ராவணன் இவனை கோலை என்னும் பட்டம் சூட்ட காத்துக்கிடந்தான்..

ராவணனிடம் உண்மை நிலையை எடுத்து கூறியும்.. நாளை அவர்களை எதிர்க்க வாய்ப்பில்லை என்று கூறியும்.. "நீ பாதியில் ஓடிவந்த கோலை தான்... "என்று தூற்றினான்..

எந்தவொரு மாவீரனுக்கும் தனது வீரத்தை ஏசும் வார்த்தைகளை பொறுத்துக்கொள்ள இயலாது..

ஐந்தாம் நாள்..

இது அவன் வாழ்வின் இறுதி நாள் என அவனறிவான்.. காதல் மனைவி, உற்ற நண்பன், அன்பு அன்னை, உயிராய் நினைத்த மக்கள்.. இவையை துச்சமென எண்ணம் கொள்ள வைத்தது பெற்ற தகப்பனின் வார்த்தையும், அவர் மீது இவன் கொண்ட அன்பும், மரியாதையும், விஷ்வாசமும்..

யுத்தக்களம் சேர்ந்தான்.. லட்சுமணனை எதிர்கொண்டான்.. அவன் வாழ்வின் விளிம்பில்..

அன்றொரு நாள் ராவணனால் கால் ஒடுக்கப்பட்ட சனி இன்று கிரக நிலையில் தடுமாறி பதினோராம் இடம் வர தவற.. இவன் ஜென்மம் முடிவுற்றது..

அந்த கணம் தெரிந்தது.. லட்சுமணன் சேஷநாகரின் மறுபிறப்பென்று.. அவன் தலை அஞ்சலிகஸ்திரத்தால் கொய்யப்பட்டது..

மேகநாதன் என்னும் மாபெரும் சரித்திரம் முடிவுற்றது..

.
.

.

.

கணவன் தம்மிடம் தான் வந்து சேர்வான் என காத்திருந்த சுலோச்சனை உடன்கட்டை ஏறினாள்..

உயிர் தோழனாய் இருந்த ஈகை செல்வன் இளந்திரையன் அடுத்த நாளே யுத்தகளத்தில் வீர மரணம் அடைந்தான்..

பெற்ற தாய் நிலை.. யுத்தம் முடுத்தவுடன்.. கைம்மை பெண்ணாக இருந்த மண்டோதரி.. உடன்கட்டை ஏறுவதை தவிர்க்க ராமன் விபீஷணனை மண்டோதரியோடு திருமணம் செய்ய வைத்தார்..

விபீஷணன் இலங்கையை ஆண்டான்..

ஆனால் இலங்கையின் பொற்காலம் மாண்டது..

.

.

.

இன்னும் சில விபரங்கள்..

சீதை மொத்தம் பதினோரு மாதம் பதினான்கு நாட்கள் ராவணன் பிடியில் இருந்தார்..

லட்சுமணன் பதினான்கு ஆண்டுகள் உறங்காமல்
இருந்தவர்.. அவருக்கும் சேர்ந்து அவரது மனைவி ஊர்மிளா
பதினான்கு ஆண்டுகள் உறங்கியதாக புராணங்கள்
கூறுகிறது..

அது போலவே ராமன் உணவை அளித்தும் உண்ண
கூறவில்லை என லட்சுமணன் பதினான்கு ஆண்டுகள்
உணவு கழிக்கவில்லை என்றும் கூறப்படுகிறது..

.
.

.

ராமாயணம் என்பது மொத்தம் முந்நூற்றுக்கும் மேற்பட்ட
பாணிகளில் அமைக்க பெற்றது... அதில் ஒன்றில் சீதை
ராவணனின் முதல் மகள் என்றும்.. அவள் இலங்கையின்
அழிவுக்கு காரணியாக அமைவாள் என கணிக்கப்பட்டதன்
பொருட்டு ஒரு அலங்கரிக்க பட்ட பெட்டியில் கடலில்
தூக்கியெறியப்பட்டதாகவும்.. அவளை மடியில் ஏந்திய
கடல் அன்னை அவளை பூமாதேவியின் மடியில்
கொடுக்க.. அங்கு வயலில் இருந்த ஜனகனுக்கு வளர்ப்பு
மகளாக ஆக பெற்றாள் என்று கூறப்படுகிறது..

ராவணன் ராமனை காட்டிலும் ஐம்பத்து ஆறு
தலைமுறைகள் மூத்தவர்..

இன்றளவும் ராவணனின் உடல் தகனம் செய்யப்பட்டு
பாதுகாக்கப்படுவதாக கூறுவர்..

மேகநாதனை பற்றி புகழ்மிக்க காவியமாக "மேக்நாத் போத்
காவியா " எனும் பெயரில் மைக்கில் மதுசூதன தத்தா
என்பவர் பெங்காலியில் கவி படைத்துள்ளார்..

அது மொத்தம் ஒன்பது பாகங்கள் வீதம்.. முதல் பாகம் பீரபாஹுவின் இறப்பில் ஆரம்பித்து.. சுலோச்சனையின் உடன்கட்டை ஏறுதல் வரை உள்ளது...

இதை அடுத்து ராமாயண பிரியர்களுக்கு ஒரு செய்தி..

என்னதான் வாள்மீகி எழுதிய ராமாயணம் முதன்மையாக இருப்பினும், எழுதும் புலவர் தம் சொந்த கொள்கைகள், விருப்பு வெறுப்பையும் அதனோடு புகுத்துவது வழமை...

அது செய்யுள் வடிவில் இருக்கும் வரை அதை அணிகள், நயங்கள், முரண்கள் என அலங்கரித்தவை உரையாக உருப்பெறும் நேரம் சில மாற்றங்களை கொண்டு வருகிறது..

இராமாயண பிரியர்களிடமும், ராம பக்தர்களிடமும்.. ஏன் சில காலங்கள் முன்புவரை உங்களிடமோ என்னிடமோ வந்து ராவணன் நல்லவன், அவன் மகன் உத்தமன் என்று கூறினால் ஏற்றுக்கொள்வோமா?

பிறப்பு முதல் இறப்பு வரை நல்ல குணமுடைய ஒருவரை தீய குணமுள்ளவராக வரலாறு திரித்து பேசுகிறது..

இதில் அடிப்படையாக அனைவரும்
அறிந்துகொள்ளவேண்டியது.. இந்த யுத்தம் ராமனுக்கும் ராவணனுக்கும் நடுவே நடந்தது அல்ல..
வடக்கே வாழ்ந்த ஆரியர்களுக்கும்.. தெற்கே வாழ்ந்த திராவிடர்களுக்கும்..

லட்சுமணன் சூர்பனகை தோற்றம் குறித்து
எள்ளி நகையாடியது நினைவு உள்ளதா?..
அங்கு கேலி செய்யப்பட்டது அவள் நிறத்தைதான்..

தெற்கே வாழ்ந்த திராவிடர்கள் (தமிழர்கள்) நிறத்தில் கருத்து இருப்பது இயல்பு.. இதில் எந்தவித குறையும் எமக்கு தென்படவில்லை...

சூர்ப்பனகை சீதையை கவர்ந்து வர கூறி வேண்டும் பொழுதும்.. ராவணன் சீதையை துன்புறுத்த மாட்டேன் எனும் நிபந்தனை வைத்து தான் சென்றார்..

சீதையை எந்தவித துன்புறுத்தல்களும் இல்லாமல்.. அழகிய அசோக வனத்தில் வைத்து.. உடன் அத்துணை பணிப்பெண்களையும் நிறுத்தினார்..

இருப்பினும் அடுத்தவர் மனைவியை கடத்துவது உத்தமம் இல்லை தான்.. சகோதர பாசம் கண்ணை மறைத்தது.. இதைத்தான் கூறினேன்.. இமைகளின் பிழை கண்களுக்கு புலப்படுமோ என்று..

இங்கு ராவணன் தீயவரா, இல்லை ராமன் நல்லவரா என்று ஆராய்ச்சி செய்து ஆலோசிக்கும் எண்ணம் எனக்கு இல்லை..

இருப்பினும் இருதரப்பு வாதங்களையும் கேட்பது தானே முறை..

சீதை ஒருவரை.. ராவணன் எனும் தனிப்பட்ட மனிதன் கடத்தியதற்கு இலங்கை என்னும் நாடே கூண்டோடு அழிந்தது..

சீதையை மீட்டெடுத்து அவர் தூய்மையின் மீது ஐயம் கொண்டு அக்னிப்பரீட்சை செய்து.. அதன் பின்பும் அவச்சொற்கள் பொறுக்காமல் வனம் சென்றது என அவர் வாழ்வை நாம் அறிவோம்..

ஆக.. நான் கூறுவது யாதெனில் அவர் இலங்கையில் இருந்த நேரங்களை காட்டிலும் மீண்டு வந்த பிறகே அவர்களை துன்பங்கள் அண்டியது...

ஒவ்வொவொரு பக்கமும் அவரவர் கதைகளும் நியாயங்களும் நிச்சயம் இருக்கும்..

இதில் யார் நல்லவர் தீயவர் என்ற வாதத்தை தவிருங்கள் !

-----முற்றும்------

9 789355 330468